Your first 100 words in
VIETNAMESE

A Quick & Easy Guide to Vietnamese Script

Series concept
Jane Wightwick

Illustrations
Mahmoud Gaafar

Vietnamese edition
Mai Bateman

Mc
Graw
Hill

New York   Chicago   San Francisco   Lisbon   London   Madrid   Mexico City
Milan   New Delhi   San Juan   Seoul   Singapore   Sydney   Toronto

2 3 4 5 6 7 8 9 10 11 12 13 14 15 16 17 18 19 20   VLP/VLP   0 9 8 7

ISBN-13: 978-0-07-146924-1
ISBN-10:   0-07-146924-9
Library of Congress Control Number: 2007924976

McGraw-Hill books are available at special quantity discounts to use as premiums and sales promotions, or for use in corporate training programs. For more information, please write to the Director of Special Sales, Professional Publishing, McGraw-Hill, Two Penn Plaza, New York, NY 10121-2298. Or contact your local bookstore.

Other titles in this series

This book is printed on acid-free paper.

◎ CONTENTS

Flashcards (8 sheets of tear-out topic flashcards)

◎ HOW TO USE THIS BOOK

In this activity book you'll find 100 key Vietnamese words and phrases. All of the activities are designed specifically for developing confidence in the early stages of learning a language. Many of the activities are inspired by the kind of games used to teach children to read their own language: flashcards, matching games, memory games, joining exercises, anagrams, etc. This is not only a more effective method of learning new words, but also much more fun.

We've included an **Introduction** to get you started. This is a friendly introduction to Vietnamese pronunciation and spelling that will give you tips on how to say and memorize the words.

Then you can move on to the 8 **Topics**. Each topic presents essential words with pictures to help memorization. There is a pronunciation guide so you know how to say each word. These words are also featured in the tear-out **Flashcard** section at the back of the book. When you've mastered the words, you can go on to try the activities and games for that topic.

Finally, there's a **Round-up** section to review all your new words and the **Answers** to all the activities to check yourself.

Follow this 4-step plan for maximum success:

1 Have a look at the key topic words with their pictures. Then tear out the flashcards and shuffle them. Put them Vietnamese side up. Try to say the word and remember what it means. Then turn the card over to check with the English.

2 Put the cards English side up and try to say the Vietnamese word. Try the cards again each day both ways around. (When you can remember a card for 7 days in a row, you can file it!)

3 Try out the activities and games for each topic. This will reinforce your recognition of the key words.

4 After you have covered all the topics, you can try the activities in the Round-up section to test your knowledge of all the Vietnamese words in the book. You can also try shuffling all the 100 flashcards together to see how many you can remember.

This flexible and fun way of learning your first words in Vietnamese should give you a head start whether you're studying at home or in a group.

⊚ INTRODUCTION

The purpose of this section is to introduce you to the Vietnamese language and how it is written and pronounced. Have a quick look through the introduction and then move on to the topics, glancing back if you want to work out the symbols in a particular word. Remember, though, that recognizing the whole word is just as important as knowing how it is made up. Using this method you will have a much more instinctive recall of vocabulary and will gain the confidence to expand your knowledge in other directions.

Examples of early written Vietnamese used a modified version of Chinese characters, as this was the writing system familiar at the time. Modern Vietnamese is written in quốc ngữ, an adaptation of the Latin alphabet developed by Catholic missionaries in the 16th and 17th centuries and gradually accepted as the standard.

Although undoubtedly simpler than Chinese ideograms, quốc ngữ can be off-putting at first as many letters have additional symbols over and under. A few of these symbols are an integral part of the letter but most indicate tones.

⊚ Tones

Like Chinese, Vietnamese is a tonal language. This means that each syllable is pronounced with a particular tone, almost like singing. This is not an easy concept for a beginner and it takes practice to master the different tones.

There are six tones altogether and each, except the neutral tone, is indicated by a particular accent above or below the letter.

Look at the six tones with their accents and practice saying them out loud using the arrows as a guide to the pitch:

	accent	tone	
ma	none	flat, mid-pitch	
má	´	mid-pitch rising to high	
mà	`	mid-pitch falling to low	
mả	?	begin low, slight fall then rise	
mã	~	begin mid, slight fall then rise	
mạ	.	low and falling, abrupt finish	

◎ Other additions to script

As well as the tonal marks, there are seven letters of the Vietnamese alphabet that have unfamiliar accents or strokes distinguishing them from their more familiar counterparts:

ă â đ ê ô ơ ư

Be careful not to confuse the additional features of these letters with the tonal marks. See below for more details on how these letters are pronounced.

✔ Vietnamese is written in a customized form of Latin script: quốc ngữ

✔ There are six tones shown by tonal marks above and below the letters

✔ Seven letters have additional accents or strokes

◎ Pronunciation tips

Some Vietnamese letters are pronounced in a similar way to their English equivalents, for example b, l, k, m, n, p, r, s, t, and v. However, there are also some important differences to watch for.

Consonants

d, gi or r*	all pronounced as *z* as in "zebra," e.g. quần dài *qu-un zai* (pants); giày *zay* (shoe); rừng *zoong** (forest)
đ	like *d* in "dove," e.g. đắt *dat* (expensive)
gh	like *g* in "gate," e.g. ghế tựa *gay two-a* (chair)
ph	like *f* in "finish," e.g. áo phông *ow fong* (T-shirt)
nh	like *ny* in "canyon," e.g. cái nhà *kai ny-ar* (house)
th	like *t* in "tall," e.g. thắt lưng *tat long* (belt)
tr	like *ch* in "change," e.g. trang trại *chang chai* (farm)
x	like *s* in "sink," e.g. xe buýt *say bu-it* (bus)

*Northern pronunciation (see page 8)

Vowels

a	like *a* in "father," e.g. con cá *con kar* (fish)
ă	similar to a regular a but pronounced higher and sharper, e.g. xe tắc-xi *say taxi* (taxi)
â	like *u* in "but," e.g. bẩn *bun* (dirty)
e	like "eh!," e.g. rẻ *zeh* (inexpensive)
ê	similar to e but closer to *ay* as in "play," e.g. tạm biệt *tam be-et* (goodbye)
i	like *ee* in "meet," e.g. bít tất *beet tat* (sock)
o	like *o* in "no," e.g. xe con *say con* (car)
ô	like *or* in "sore," e.g. cửa sổ *cua sor* (window)
ơ	like *ur* in "burn," e.g. cảm ơn *cam urn* (thank you)
u	like *oo* in "boot," e.g. cái bụng *kai boong* (stomach)
ư	like a French *u* in "rue," e.g. con sư tử *con soo two* (lion)

Diphthongs

A diphthong is two or more vowels combining together to produce a distinct sound. Vietnamese does have diphthongs but, as a beginner, it is better to concentrate on the pronunciation of the individual syllables with their tonal accents. Gradually, you will get a feel for how different vowel combinations are pronounced.

It is important to remember that the pronunciation of any individual letter is not entirely consistent. There will be differences depending on the sounds that precede and follow. In the pronunciations given for each word or phrase, we have tried to use familiar combinations that can be read if as they were English to produce an acceptable approximation of the Vietnamese. Use the phonetics given and, if you can, try find a native speaker to help you pronounce the words with the correct tones.

◎ Stress

In English, the first syllable of a word is usually emphasized or said slightly louder than the rest of the word (factory, window, rabbit). The Vietnamese pronounce each syllable with equal stress or degree of loudness, producing a more even sound. The variety is in the tone rather than the stress.

7

◎ Regional differences

There are regional differences in how the Vietnamese pronounce some of the letters. The two main regional accents are Northern and Southern. For the purposes of this book, we have used the standard Northern pronunciation.

✔ Some Vietnamese letters are pronounced in a different way to their English equivalents

✔ There are a number of basic vowel sounds and different diphthongs (vowel combinations)

✔ There are regional differences in pronunciation

◎ Classifiers

Vietnamese nouns (naming words like "table," "door," or "river") are classified according to their nature, for example whether they are a person, an animal, an inanimiate object, a vehicle, a flat object, a round object, and so on.

Some common examples of classifiers that occur in this book are:

cái	used for inanimate objects, e.g. cái bàn *kai ban* (table)
con	used for animals and a few other words, e.g. con vịt *con veet* (duck)
xe	used for transport, e.g. xe đạp *say dap* (bicycle)
áo	áo means "shirt" and is also used as a classifier for other clothing tops, e.g. áo len *ow len* (sweater)

There are many of these classifiers and they are widely used in Vietnamese. However, they are not used in all cases. For example, classifiers are often omitted in front of words that consist of two or more syllables.

It is important as you progress to associate certain words with their classifiers and, for this reason, we have given the 100 words with their classifiers where we thought it was helpful. Try to get used to learning new words in this way – it will help you later as you progress in your study of Vietnamese.

① AROUND THE HOME

Look at the pictures of things you might find in a house.
Tear out the flashcards for this topic.
Follow steps 1 and 2 of the plan in the introduction.

cái bàn
kai ban

cái ti-vi
kai TV

cửa sổ
cua sor

ghế tựa
gay two-a

máy vi tính
my vee ting

điện thoại
di-en tw-ie

ghế sô pha   *gay so-fa*

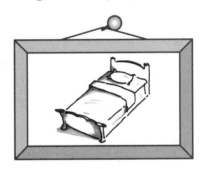

cái giường
kai zuerng

tủ lạnh
too lang

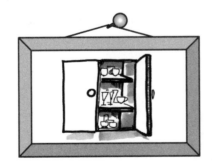

cái tủ
kai too

bếp lò
bep law

cửa ra vào
cua za vow

◎ **M**atch the pictures with the words, as in the example.

ghế sô pha

cái giường

cửa sổ

cái bàn

cái ti-vi

máy vi tính

điện thoại

ghế tựa

◎ **N**ow match the Vietnamese words to the English.

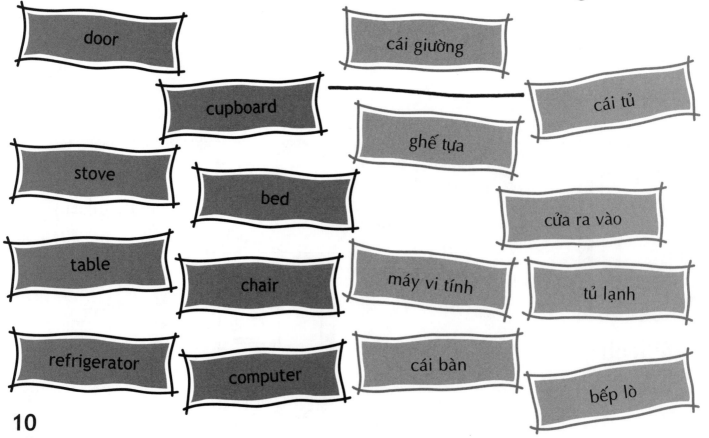

door

cupboard

stove

table

refrigerator

bed

chair

computer

cái giường

ghế tựa

máy vi tính

cái bàn

cái tủ

cửa ra vào

tủ lạnh

bếp lò

⊚ **F**ill in the missing letters in these household words.

g _ ế t ự _

g _ ế s _ p h _

t ủ _ ạ _ h

c á _ _ ủ

_ ử a _ ổ

c á i _ i - _ i

b ế _ l _

_ á _ v _ t _ n _

c ử _ _ a v _ o

_ i _ n t _ o _ i

- -

⊚ **S**ee if you can find these objects in the word square.
The words can run left to right, or top to bottom:

ắ	l	g	t	p	n	ự	g
t	g	h	ế	m	í	c	h
đ	b	ế	p	l	ò	á	t
c	ử	t	s	ổ	m	i	ủ
t	ắ	ự	m	v	a	t	l
c	ử	a	s	ổ	đ	ủ	ạ
ĩ	l	b	ế	ắ	l	a	n
c	á	i	b	à	n	ờ	h

◎ **D**ecide where the household items should go. Then write the correct number in the picture, as in the example.

1 cái bàn   2 ghế tựa   3 ghế sô pha   4 cái ti-vi

5 điện thoại   6 cái giường   7 cái tủ   8 bếp lò

9 tủ lạnh   10 máy vi tính 11 cửa sổ   12 cửa ra vào

☉ **C**hoose the Vietnamese word that matches the picture and fill in the English word at the bottom of the page.

cái bàn (c)	ghế tựa (b)	cái giường (w)
ghế sô pha (i)	cái giường (a)	cái ti-vi (f)
máy vi tính (d)	cái ti-vi (n)	cửa ra vào (i)
ghế tựa (b)	cái bàn (d)	tủ lạnh (k)
ghế sô pha (s)	điện thoại (t)	cửa sổ (o)
cửa ra vào (g)	cái tủ (w)	ghế tựa (e)

English word: (w) ( ) ( ) ( ) ( ) ( )

② CLOTHES

Look at the pictures of different clothes.
Tear out the flashcards for this topic.
Follow steps 1 and 2 of the plan in the introduction.

thất lưng
tat long

áo len
ow len

bít tất
beet tat

áo phông
ow fong

quần soóc
qu-un sorc

quần dài
qu-un zai

váy đầm
vai dam

giày
zay

áo khoác
ow quack

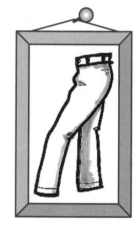

cái váy
kai vie

cái mũ
kai moo-oo

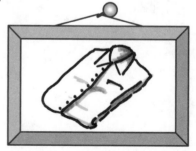

áo sơ-mi   *ow se mee*

14

Unscramble the letters to spell items of clothing.

đầymáv   váy đầm _____

eloná _____

ũcmiá _____

gắtthưnl _____

iáom-sơ _____

hônágop _____

nầsoquóc _____

váyicá _____

- -

See if you can find these clothes in the word square.

The words can run left to right, or top to bottom:

ắ	c	á	v	p	n	ự	g
á	g	q	á	o	l	e	n
o	b	u	y	ự	s	o	á
k	ử	ầ	đ	ổ	ơ	y	o
h	ắ	n	ầ	v	m	đ	s
o	ử	d	m	ổ	đ	ầ	ơ
á	l	à	p	à	l	m	m
c	á	i	v	á	y	ờ	i

15

Now match the Vietnamese words, their pronunciation, and the English meaning, as in the example.

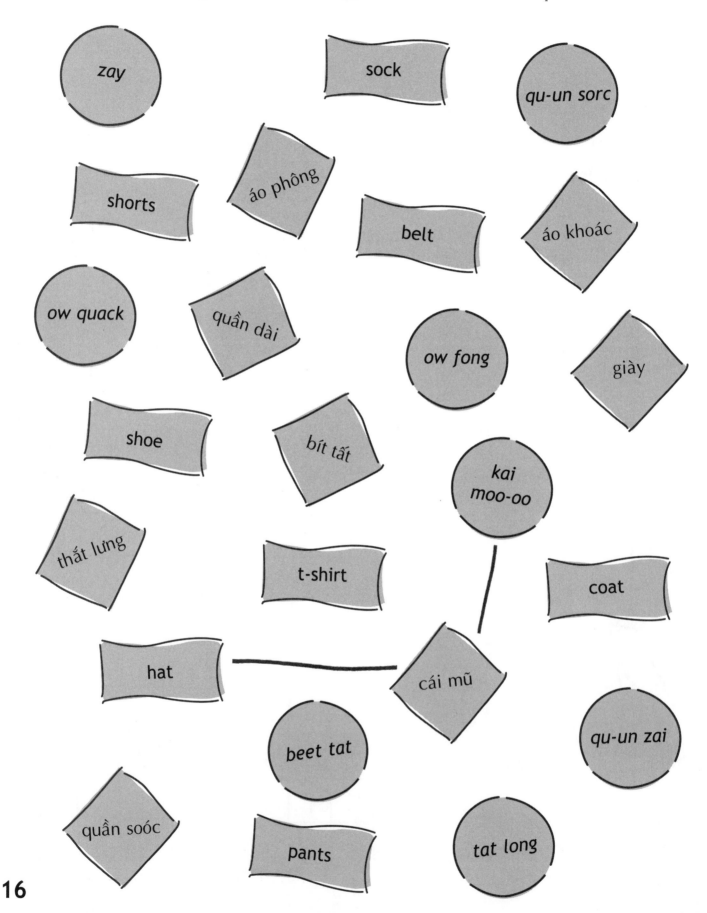

zay

sock

qu-un sorc

shorts

áo phông

belt

áo khoác

ow quack

quần dài

ow fong

giày

shoe

bít tất

kai moo-oo

thắt lưng

t-shirt

coat

hat

cái mũ

qu-un zai

beet tat

quần soóc

pants

tat long

◎ **C**andy is going on vacation. Count how many of each type of clothing she is packing in her suitcase.

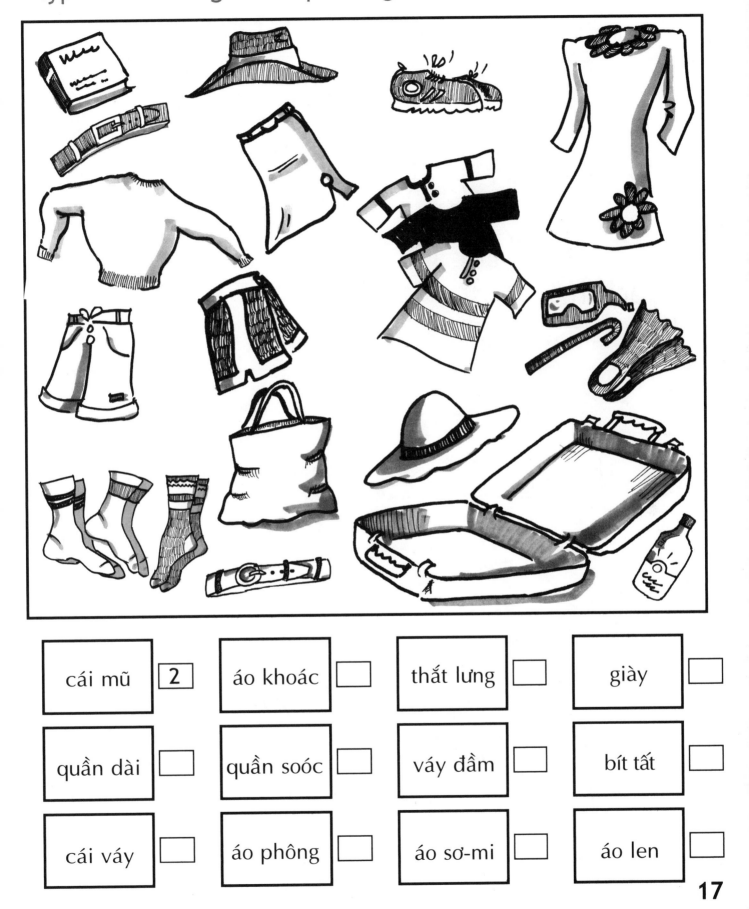

cái mũ	2	áo khoác		thắt lưng		giày	
quần dài		quần soóc		váy đầm		bít tất	
cái váy		áo phông		áo sơ-mi		áo len	

© **S**omeone has ripped up the Vietnamese words for clothes. Can you join the two halves of the words, as the example?

cái

váy

cái m

áo sơ-

áo kh

quần

ày

quầ

tất

gi

thắt

dài

váy

oác

lưng

bít

dăm

ư

mi

n soóc

❸ AROUND TOWN

Look at the pictures of things you might find around town.
Tear out the flashcards for this topic.
Follow steps 1 and 2 of the plan in the introduction.

khách sạn
kak san

xe buýt
say bu-it

cái nhà
kai ny-ar

xe con
say con

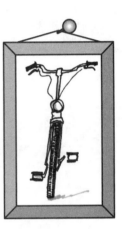

xe đạp
say dap

rạp chiếu bóng
zap chi-yo bong

tàu hỏa
tow hwa

trường học *chu-ong howc*

xe tắc-xi *say taxi*

con đường
con du-ong

cửa hiệu *cua hy-eu*

nhà hàng
nya hang

Match the Vietnamese words to their English equivalents.

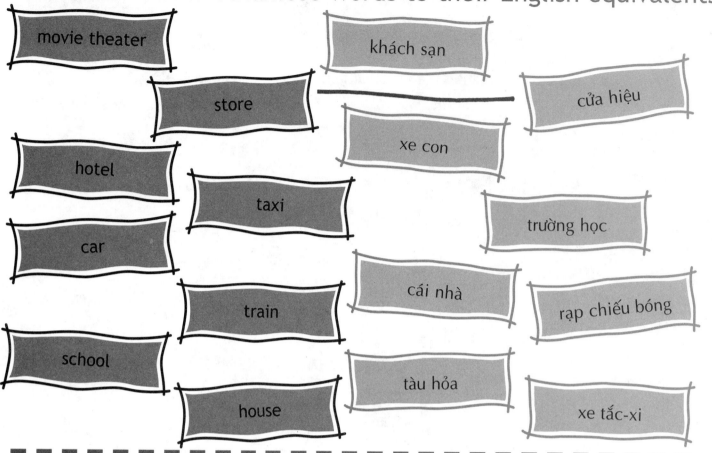

movie theater | khách sạn | cửa hiệu
store | xe con
hotel | taxi
car | trường học
train | cái nhà | rạp chiếu bóng
school | tàu hỏa
house | xe tắc-xi

Now put the English words in the same order as the Vietnamese word chain, as in the example.

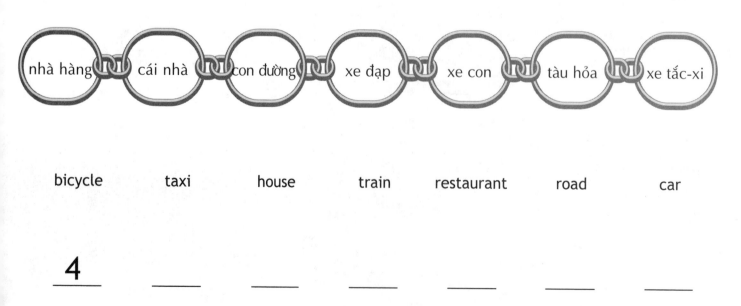

nhà hàng — cái nhà — con đường — xe đạp — xe con — tàu hỏa — xe tắc-xi

bicycle   taxi   house   train   restaurant   road   car

4 ___ ___ ___ ___ ___ ___

◎ **M**atch the words to the signs.

xe tắc-xi   tàu hỏa   xe buýt   khách sạn

nhà hàng   xe con   xe đạp   trường học

◎ **C**hoose the Vietnamese word that matches the picture and fill in the English word at the bottom of the page.

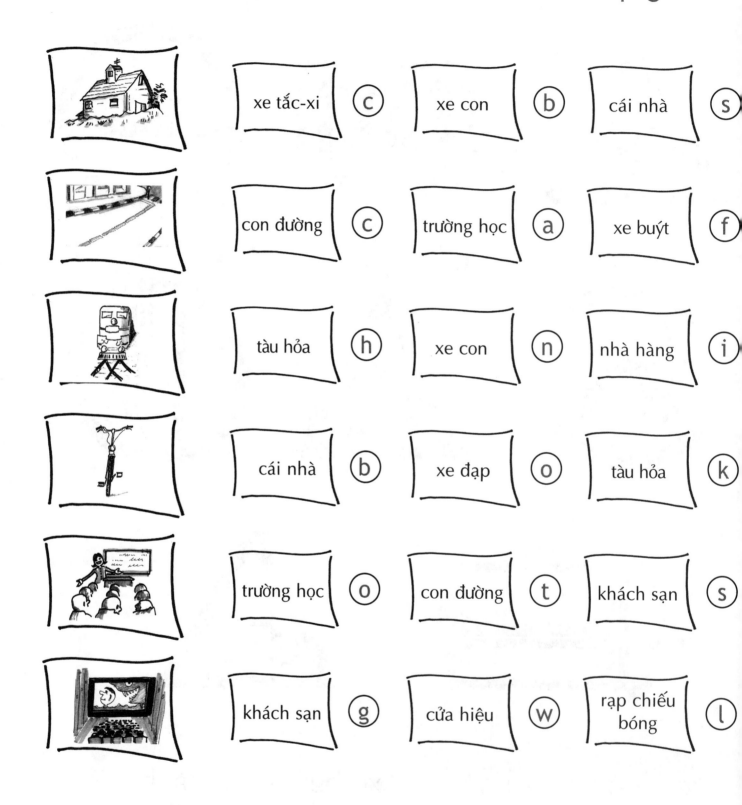

xe tắc-xi ⓒ	xe con ⓑ	cái nhà ⓢ
con đường ⓒ	trường học ⓐ	xe buýt ⓕ
tàu hỏa ⓗ	xe con ⓝ	nhà hàng ⓘ
cái nhà ⓑ	xe đạp ⓞ	tàu hỏa ⓚ
trường học ⓞ	con đường ⓣ	khách sạn ⓢ
khách sạn ⓖ	cửa hiệu ⓦ	rạp chiếu bóng ⓛ

English word: ⓢ ◯ ◯ ◯ ◯ ◯

22

Write the words in the correct column, as in the example.

xe	cái	áo
xe tắc-xi		

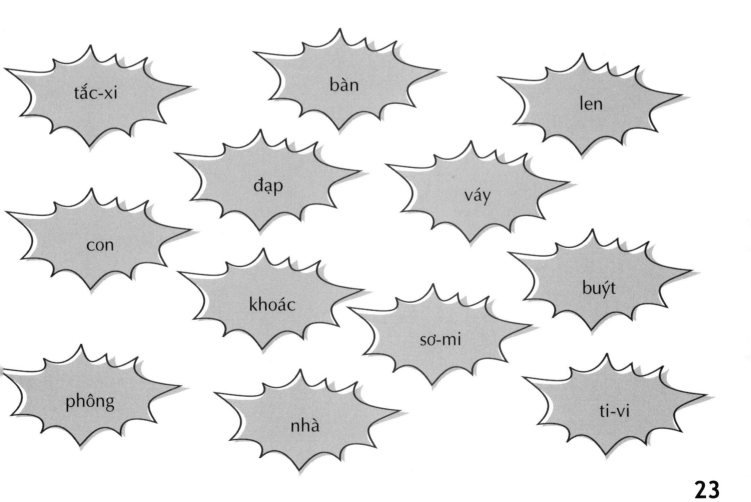

tắc-xi

bàn

len

đạp

váy

con

khoác

buýt

sơ-mi

phông

nhà

ti-vi

4 COUNTRYSIDE

Look at the pictures of features you might find in the countryside.
Tear out the flashcards for this topic.
Follow steps 1 and 2 of the plan in the introduction.

quả đồi
kwa doi

cái cầu
kai co

trang trại
chang chai

quả núi
kwa noy

hồ nước
ho nu-oc

cái cây
kai kay

hoa
hwa

con sông *con song*

biển *bien*

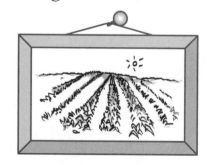

cánh đồng
kang dong

sa mạc
saa mac

rừng
zoong

24

Can you match all the countryside words to the pictures.

quả núi

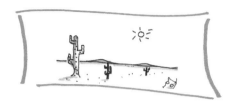 

trang trại

biển

rừng

sa mạc

quả đồi

hồ nước

 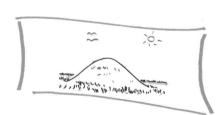

cái cầu

con sông

hoa

cái cây

cánh đồng

◎ **N**ow check (✔) the features you can find in this landscape.

cái cầu	✔	cái cây	☐	sa mạc	☐	quả đồi	☐
quả núi	☐	biển	☐	cánh đồng	☐	rừng	☐
hồ nước	☐	con sông	☐	hoa	☐	trang trại	☐

◎ Unscramble the letters to reveal natural features.

c a m a ş   sa mạc _____

a h o _____

g ừ r n _____

n o g s c ô n _____

á y i c c â _____

i c ầ u c á _____

n i b ể _____

ả q u ồ i đ _____

- -

◎ See if you can find 8 countryside words in the square.

The words can run left to right, or top to bottom:

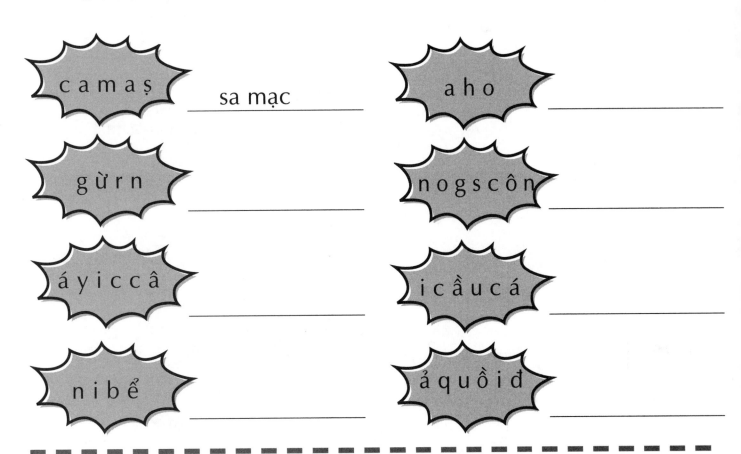

s	a	m	ạ	c	ừ	c	g
à	g	q	á	á	l	á	n
h	b	u	b	i	ể	n	á
o	ử	ả	đ	c	ơ	h	o
a	ẳ	đ	ầ	ầ	m	đ	s
o	ử	ồ	m	u	đ	ồ	ơ
à	l	i	p	r	ừ	n	g
c	o	n	s	ô	n	g	i

27

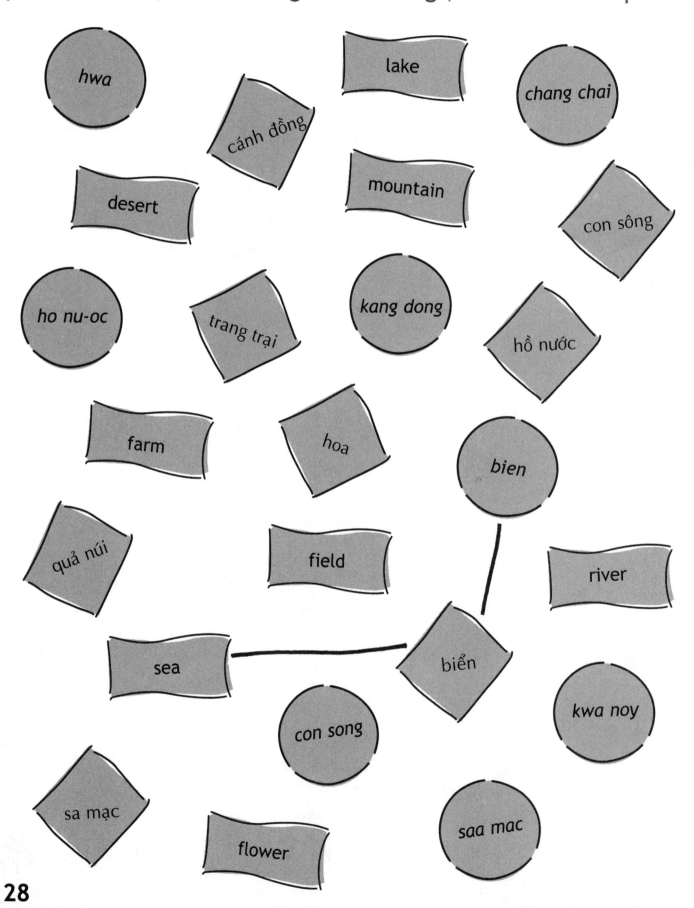

Finally, test yourself by joining the Vietnamese words, their pronunciation, and the English meanings, as in the example.

hwa

lake

chang chai

cánh đồng

desert

mountain

con sông

ho nu-oc

trang trại

kang dong

hồ nước

farm

hoa

bien

quả núi

field

river

sea

biển

kwa noy

con song

sa mạc

saa mac

flower

28

⑤ OPPOSITES

Look at the pictures.
Tear out the flashcards for this topic.
Follow steps 1 and 2 of the plan in the introduction.

bẩn
bun

sạch
sack

nhỏ
ny-or

to
tor

rẻ
zeh

nhẹ *nyeh*

chậm *chum*

đắt *dat*

nặng *nung*

nhanh *ny-an*

cũ *koo-oo*

mới *mo-i*

Join the Vietnamese words to their English equivalents.

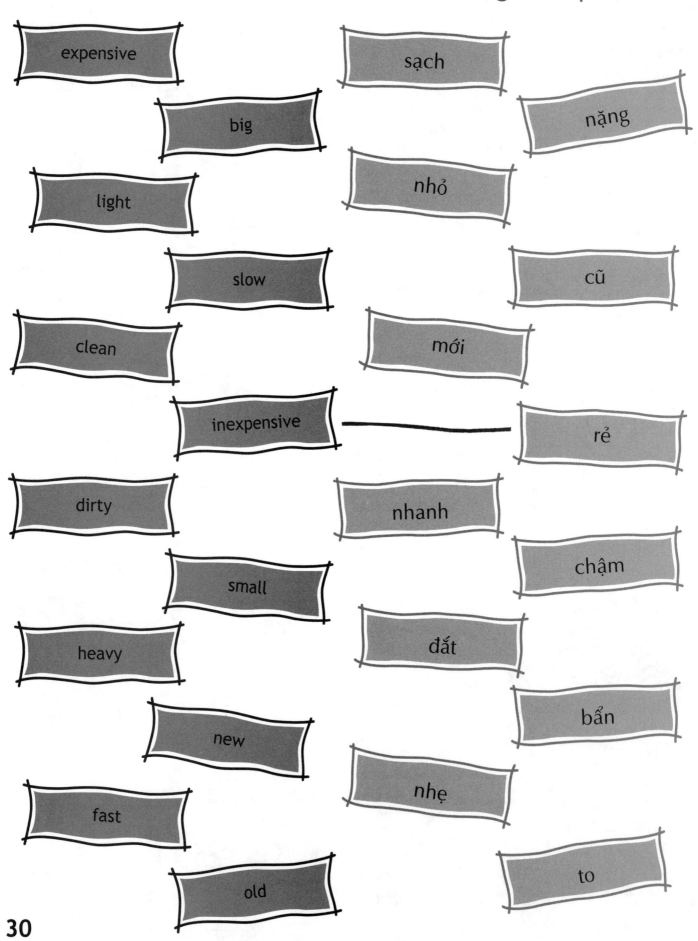

expensive

sạch

big

nặng

nhỏ

light

slow

cũ

clean

mới

inexpensive ———— rẻ

dirty

nhanh

chậm

small

heavy

đắt

bẩn

new

nhẹ

fast

old

to

Now choose the Vietnamese word that matches the picture to fill in the English word at the bottom of the page.

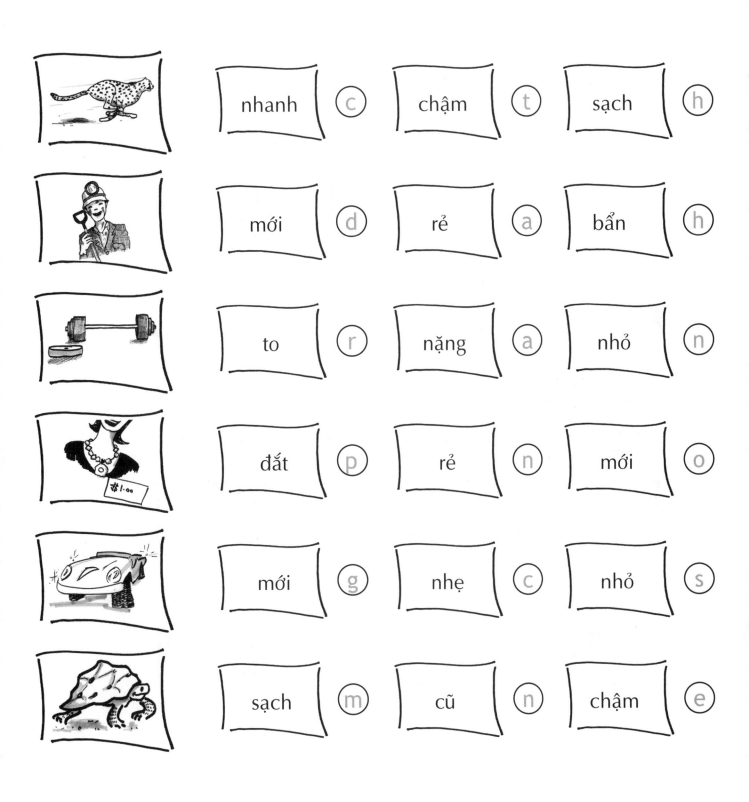

nhanh	c	chậm	t	sạch	h
mới	d	rẻ	a	bẩn	h
to	r	nặng	a	nhỏ	n
dắt	p	rẻ	n	mới	o
mới	g	nhẹ	c	nhỏ	s
sạch	m	cũ	n	chậm	e

English word: c ◯ ◯ ◯ ◯ ◯

Find the odd one out in these groups of words.

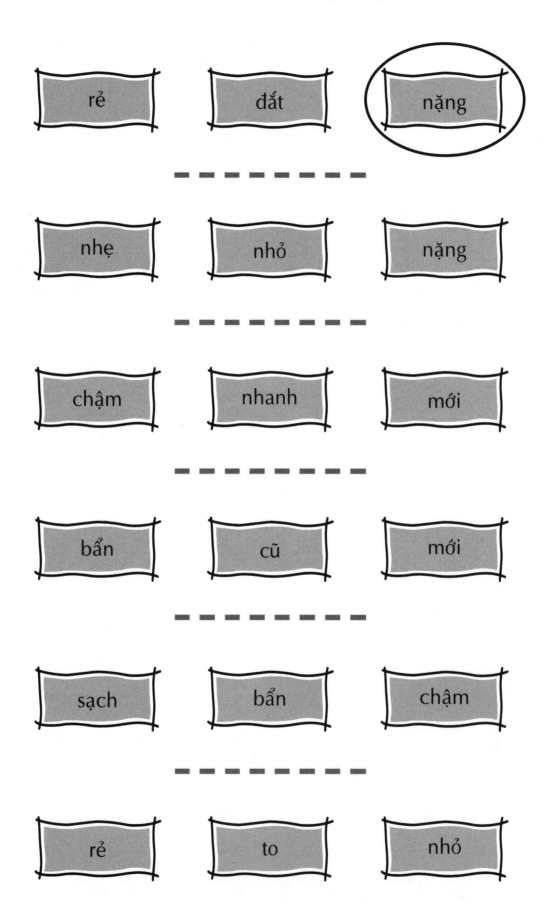

rẻ	đắt	(nặng)
nhẹ	nhỏ	nặng
chậm	nhanh	mới
bẩn	cũ	mới
sạch	bẩn	chậm
rẻ	to	nhỏ

Finally, join the English words to their Vietnamese opposites, as in the example.

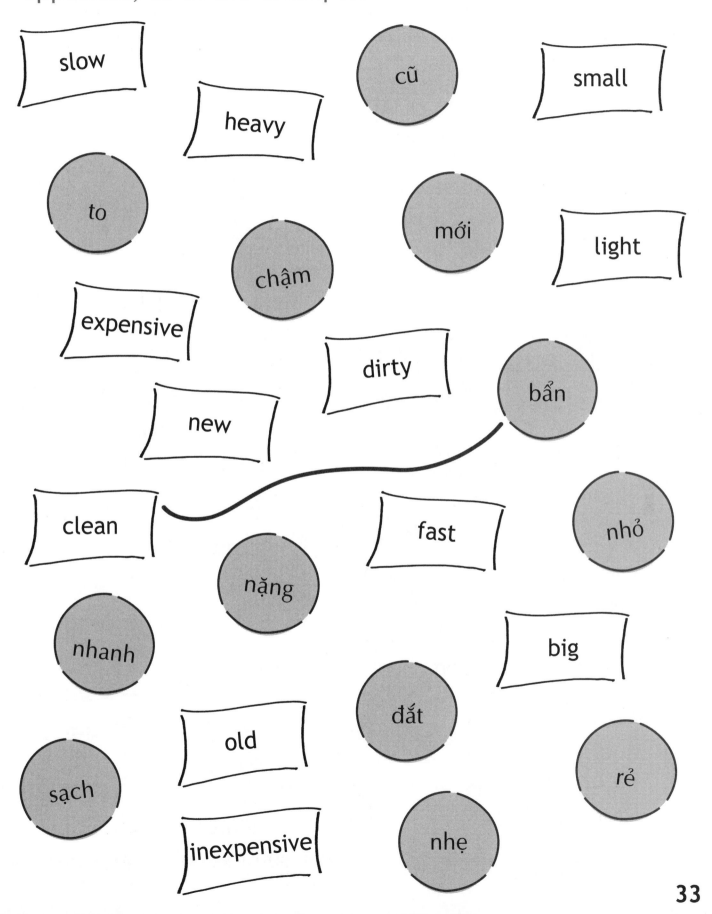

slow

cũ

small

heavy

to

mới

light

chậm

expensive

dirty

bẩn

new

clean

fast

nhỏ

nặng

nhanh

big

đắt

old

rẻ

sạch

inexpensive

nhẹ

⑥ Animals

Look at the pictures.
Tear out the flashcards for this topic.
Follow steps 1 and 2 of the plan in the introduction.

con vịt *con veet*

con voi
con voy

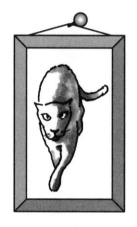

con mèo
con may-o

con chó
con chore

con thỏ
con tor

con khỉ
con khee

con cá *con kar*

con cừu *con ky-oo*

con chuột *con chu-ert*

con bò *con boh*

con ngựa
con ngoo-a

con sư tử
con soo two

◎ **M**atch the animals to their associated pictures, as in the example.

con thỏ

con khỉ

con ngựa

con mèo

con cừu

con chuột

con chó

con bò

con cá

Someone has ripped up the Vietnamese words for animals. Can you join the two halves of the words, as the example?

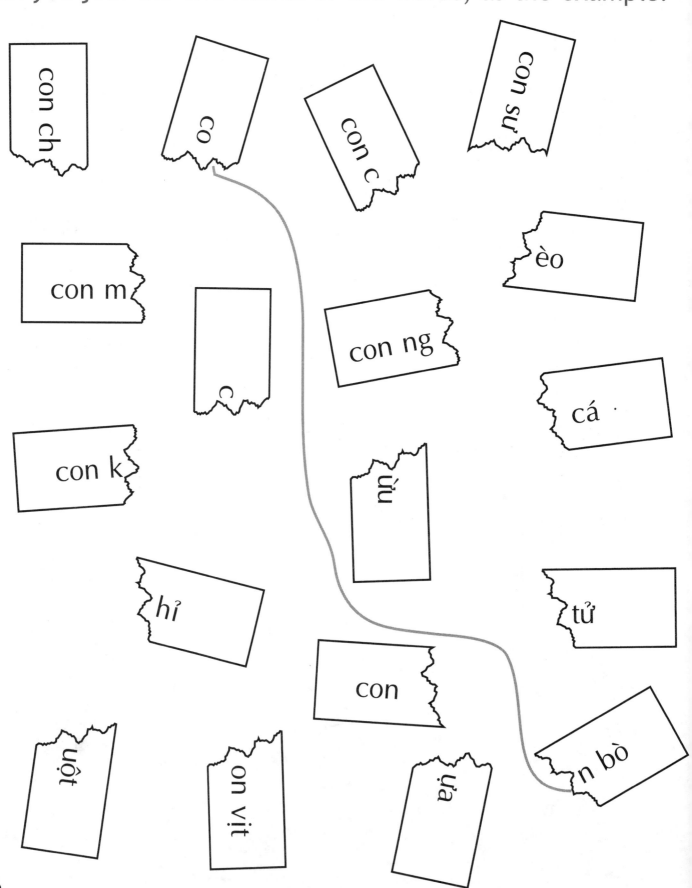

con ch

co

con c

con sư

con m

c

con ng

èo

cá

con k

ửu

hỉ

tử

uột

on vịt

con

ựa

n bò

◎ **C**heck (✔) the animal words you can find in the word pile.

cái cây

con mèo

chậm

xe con

con thỏ

con voi

con cừu

cái giường

nặng

xe đạp

cửa hiệu

áo sơ-mi

quả đồi

con sư tử

con bò

con cá

✔

☐

☐

☐

☐

☐

☐

☐

☐

☐

☐

☐

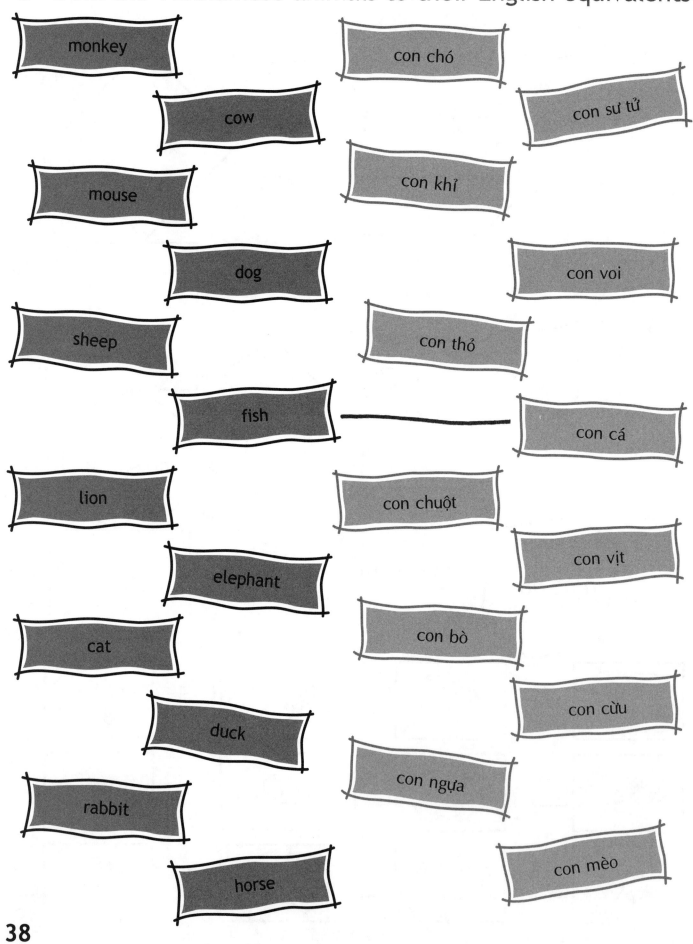

monkey

con chó

con sư tử

cow

con khỉ

mouse

dog

con voi

sheep

con thỏ

fish

con cá

lion

con chuột

con vịt

elephant

con bò

cat

con cừu

duck

con ngựa

rabbit

con mèo

horse

38

❼ PARTS OF THE BODY

Look at the pictures of parts of the body.
Tear out the flashcards for this topic.
Follow steps 1 and 2 of the plan in the introduction.

ngón tay
ngon tay

cái đầu
kai dough

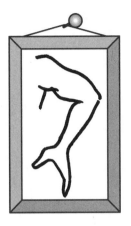

cánh tay
cang tay

con mắt   *con mat*

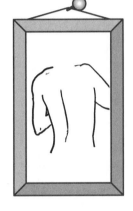

cái lưng
kai long

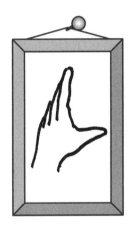

bàn tay
ban tay

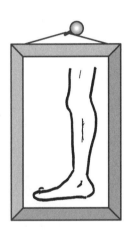

chân
chun

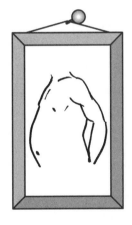

cái bụng
kai boong

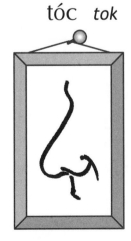

tóc   *tok*

cái miệng
kai mee-erng

cái tai
kai tie

cái mũi
kai moo-wee

◎ **M**atch the pictures with the words, as in the example.

cái đầu

cái bụng

cánh tay

con mắt

bàn tay

tóc

ngón tay

cái lưng

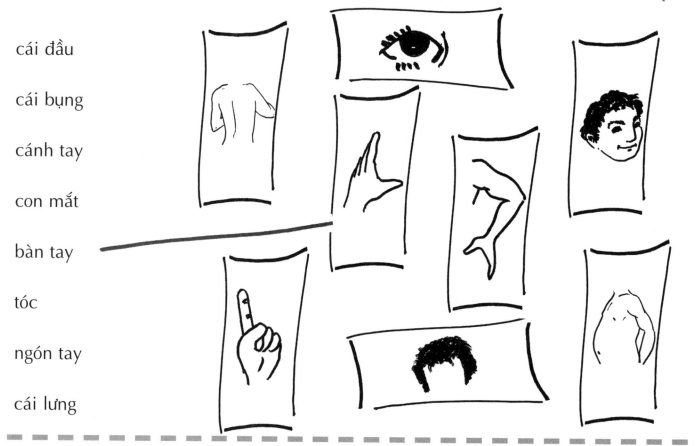

- -

◎ **S**ee if you can find and circle six parts of the body in the word square, then draw them in the boxes below.

The words can run left to right, or top to bottom:

đ	a	m	a	c	h	â	n
à	b	q	á	á	l	á	n
c	à	t	b	i	ể	đ	á
á	n	ó	đ	m	ơ	h	o
i	t	c	á	i	t	a	i
m	a	ồ	m	ệ	đ	ồ	t
ũ	i	b	à	n	t	a	y
i	o	n	s	g	n	g	i

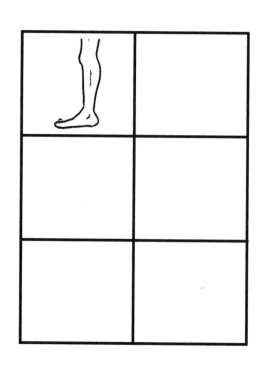

40

◎ **W**rite the words in the correct column, as in the example.

cái	con	xe
cái mũi		

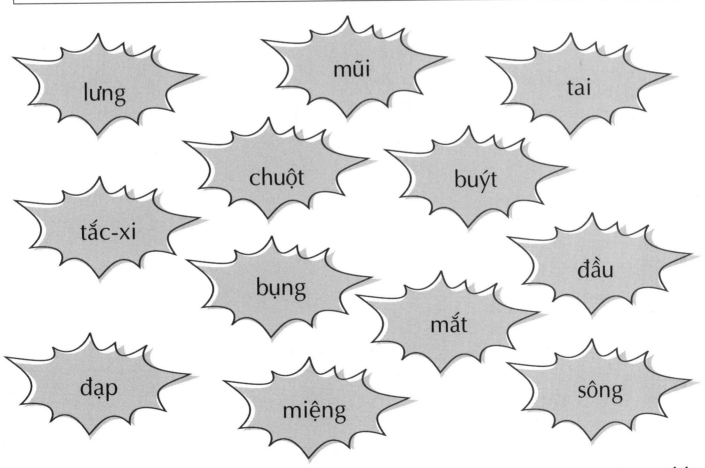

◎ **L**abel the body with the correct number.

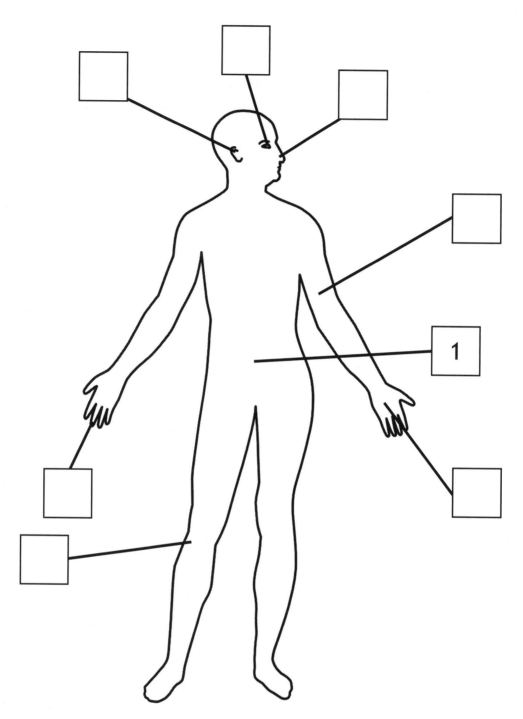

1 cái bụng   2 cánh tay

3 cái mũi   4 bàn tay

5 cái tai   6 chân

7 con mắt   8 ngón tay

◎ **F**inally, match the Vietnamese words, their pronunciation, and the English meanings, as in the example.

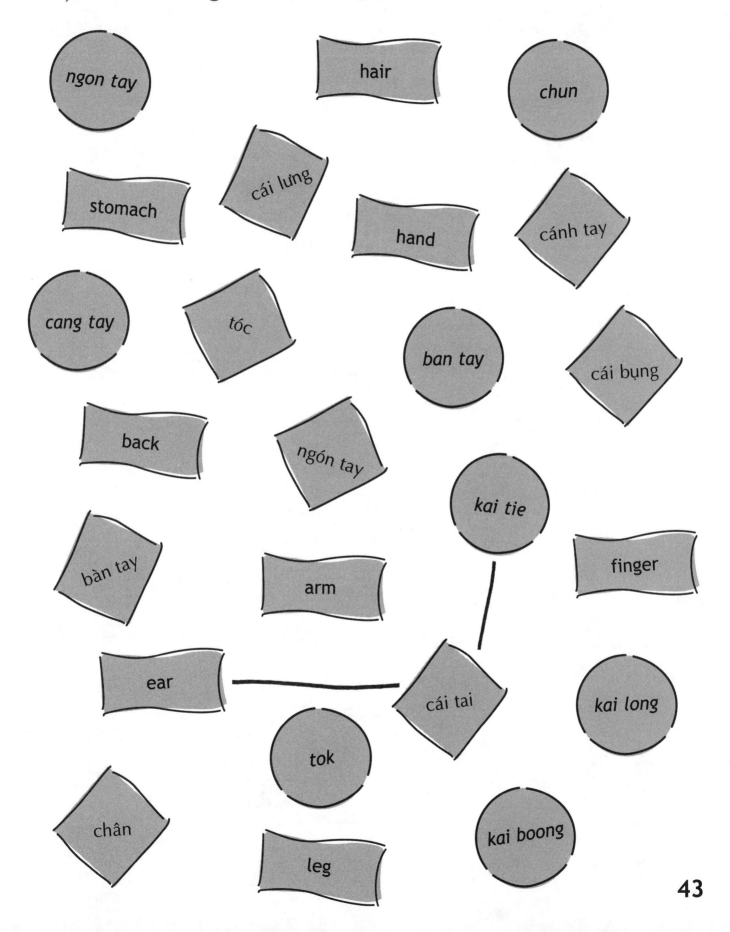

ngon tay

hair

chun

cái lưng

stomach

hand

cánh tay

cang tay

tóc

ban tay

cái bụng

back

ngón tay

kai tie

finger

bàn tay

arm

ear

cái tai

kai long

tok

chân

kai boong

leg

8 USEFUL EXPRESSIONS

Look at the pictures.
Tear out the flashcards for this topic.
Follow steps 1 and 2 of the plan in the introduction.

ở đâu? *er doe*

không
khong

vâng
wee

xin chào
seen chow

tạm biệt
tam be-et

hôm qua
hom kwa

hôm nay
hom nai

ngày mai
ngai my

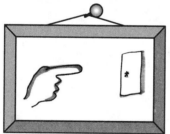

nơi đây
ne-oi day

đằng kia *dung kia*

bây giờ
by zer

bao nhiêu?
bow ne-o

xin lỗi *seen loy*

tuyệt vời!
twi-et voy

làm ơn
lam urn

cảm ơn
cam urn

44

◎ **M**atch the Vietnamese words to their English equivalents.

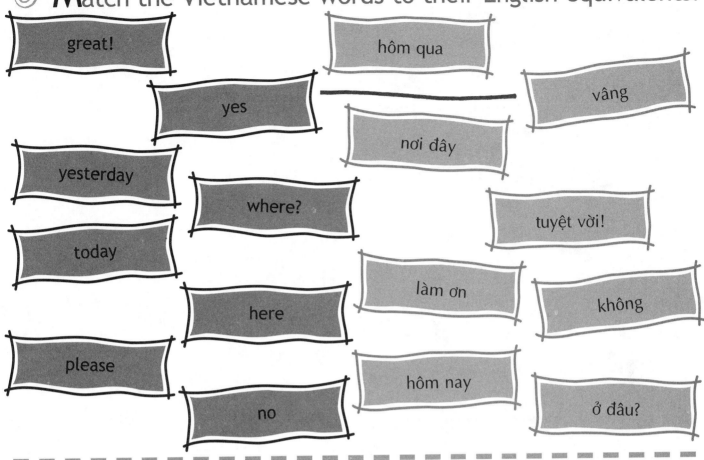

great!
hôm qua
yes
vâng
nơi đây
yesterday
where?
tuyệt vời!
today
làm ơn
không
here
please
hôm nay
ở đâu?
no

◎ **F**ill in the missing letters in these expressions.

b _ o n _ i ê _ ?   _ ô _ n _ y

c ả _ _ n   _ _ _ b i ệ t

_ i _ l õ _   t _ _ ệ _ v _ i !

x _ _ c _ à _   _ ằ _ _ _ i a

n _ à _ m _ i   b _ _ g _ _

45

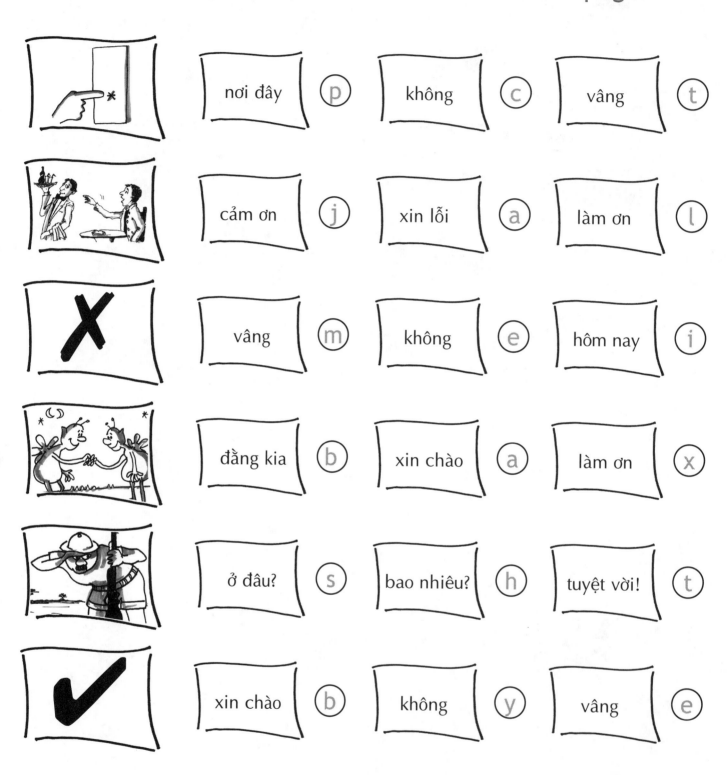

Choose the Vietnamese word that matches the picture to fill in the English word at the bottom of the page.

nơi đây (p)	không (c)	vâng (t)
cảm ơn (j)	xin lỗi (a)	làm ơn (l)
vâng (m)	không (e)	hôm nay (i)
đằng kia (b)	xin chào (a)	làm ơn (x)
ở đâu? (s)	bao nhiêu? (h)	tuyệt vời! (t)
xin chào (b)	không (y)	vâng (e)

English word: (p) ( ) ( ) ( ) ( ) ( )

What are these people saying? Write the correct number in each speech bubble, as in the example.

1 xin chào   **2** làm ơn   **3** vâng   **4** không

5 nơi đây   **6** xin lỗi   **7** ở đâu?   **8** bao nhiêu?

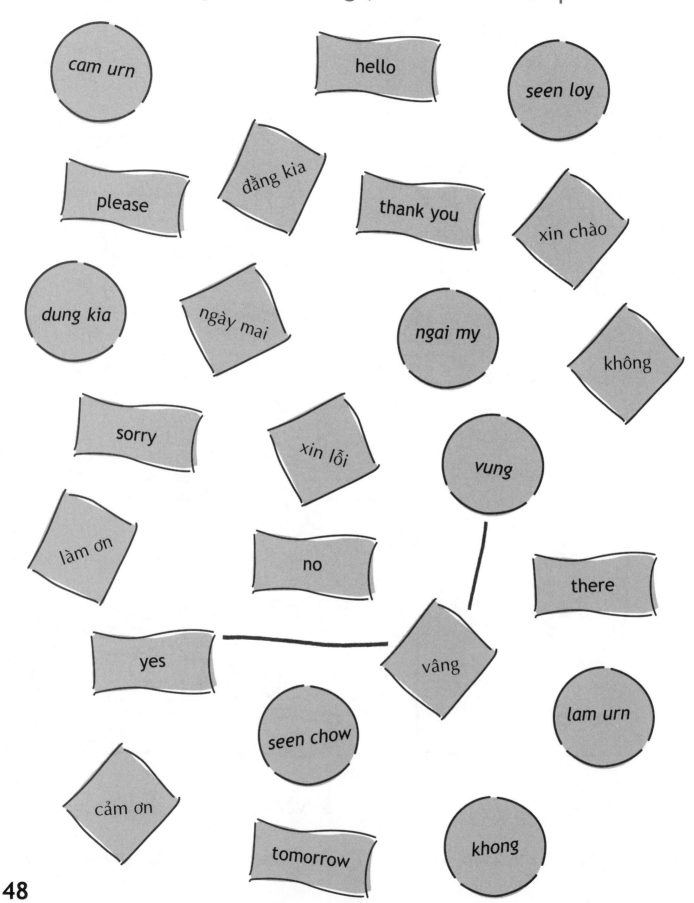

Finally, match the Vietnamese words, their pronunciation, and the English meanings, as in the example.

cam urn

hello

seen loy

please

đằng kia

thank you

xin chào

dung kia

ngày mai

ngai my

không

sorry

xin lỗi

vung

làm ơn

no

there

yes

vâng

lam urn

seen chow

cảm ơn

tomorrow

khong

● ROUND-UP

This section is designed to review all the 100 words you have met in the different topics. It is a good idea to test yourself with your flashcards before trying this section.

- -

◎ **T**he ten objects below are all in the picture. Can you find and circle them?

hoa	cửa ra vào	cái giường	áo khoác	cái mũ
xe đạp	ghế tựa	con chó	con cá	bít tất

See if you can remember all these words.

hôm nay

xe buýt

nhanh

cái mũi

sa mạc

vâng

cái tủ

con sư tử

váy đầm

rẻ

con sông

chân

Find the odd one out in these groups of words and say why.

| con chó | con bò | (cái bàn) | con khỉ |

Because it isn't an animal.

- - - - - - -

| trang trại | áo khoác | áo sơ-mi | cái váy |

- - - - - - -

| biển | hồ nước | con sông | cánh đồng |

- - - - - - -

| đắt | to | sạch | xe con |

- - - - - - -

| con thỏ | con mèo | con cá | con sư tử |

- - - - - - -

| cánh tay | ghế sô pha | cái đầu | cái bụng |

- - - - - - -

| xin chào | hôm qua | ngày mai | hôm nay |

- - - - - - -

| bếp lò | cái giường | cái tủ | tủ lạnh |

◎ **L**ook at the objects below for 30 seconds.

◎ **C**over the picture and try to remember all the objects. Circle the Vietnamese words for those objects you remember.

hoa

giày

cảm ơn

cửa ra vào

xe con

tàu hỏa

nơi đây

áo khoác

rạp chiếu bóng

thắt lưng

quả núi

ghế tựa

con ngựa

cái mũ

bít tất

áo phông

con mắt

cái giường

quần soóc

xe tắc-xi

cái ti-vi

con khỉ

Now match the Vietnamese words, their pronunciation, and the English meanings, as in the example.

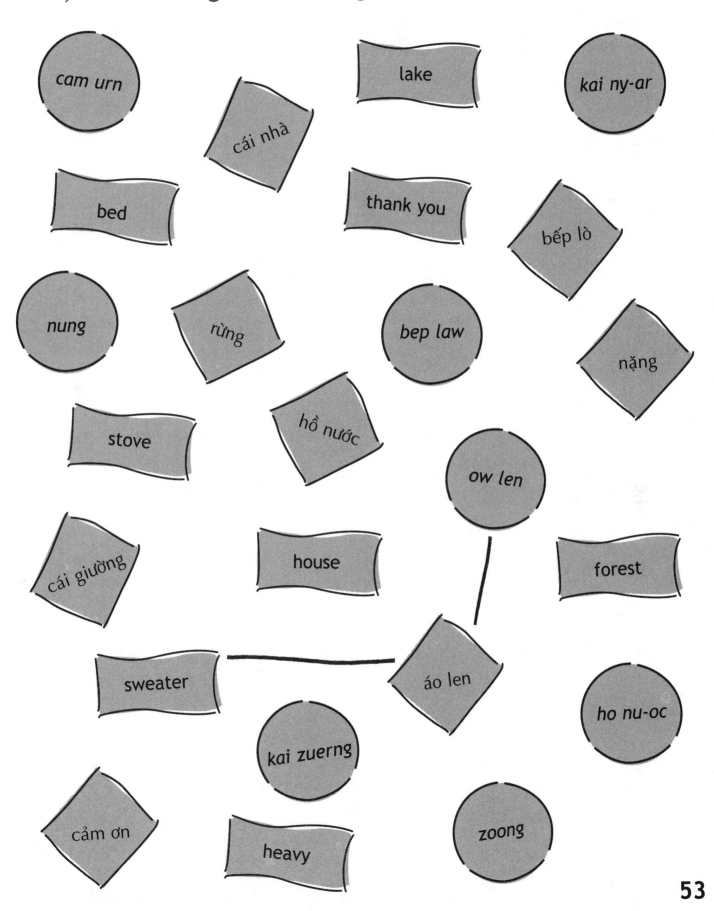

cam urn

lake

kai ny-ar

cái nhà

bed

thank you

bếp lò

nung

rừng

bep law

nặng

stove

hồ nước

ow len

cái giường

house

forest

sweater

áo len

ho nu-oc

kai zuerng

cảm ơn

heavy

zoong

Fill in the English phrase at the bottom of the page.

	ghế sô pha (w)	xe tắc-xi (g)	cái tai (t)
	áo khoác (o)	hồ nước (a)	cái cầu (e)
	ở đâu? (m)	bao nhiêu? (l)	ngày mai (i)
	con bò (b)	cửa sổ (l)	nhà hàng (h)
	cái nhà (e)	cái miệng (a)	con chó (d)
	con mắt (o)	cái tai (p)	con chuột (v)
	quả đồi (n)	trang trại (y)	áo khoác (r)
	con thỏ (n)	con đường (e)	ghế tựa (s)

English phrase: (w) ◯ ◯ ◯   ◯ ◯ ◯ ◯ !

Look at the two pictures and check (✔) the objects that are different in Picture B.

 cái váy

 quần dài

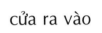 cửa ra vào

con mèo

Picture A

ghế tựa

con cá

 bít tất

Picture B

con chó

Now join the Vietnamese words to the English.

refrigerator

cánh tay

cái bụng

pants

nhỏ

store

school

tủ lạnh

river

cửa hiệu

great! ———— tuyệt vời!

small

con sông

quần dài

light

sạch

arm

nhẹ

stomach

con ngựa

clean

horse

trường học

◎ **C**omplete the crossword using the picture clues.

1

◎ Snake game.

- You will need a die and counter(s). You can challenge yourself to reach the finish or play with someone else. You have to throw the exact number to finish.

- Throw the die and move forward that number of spaces. When you land on a word you must pronounce it and say what it means in English. If you can't, you have to go back to the square you came from.

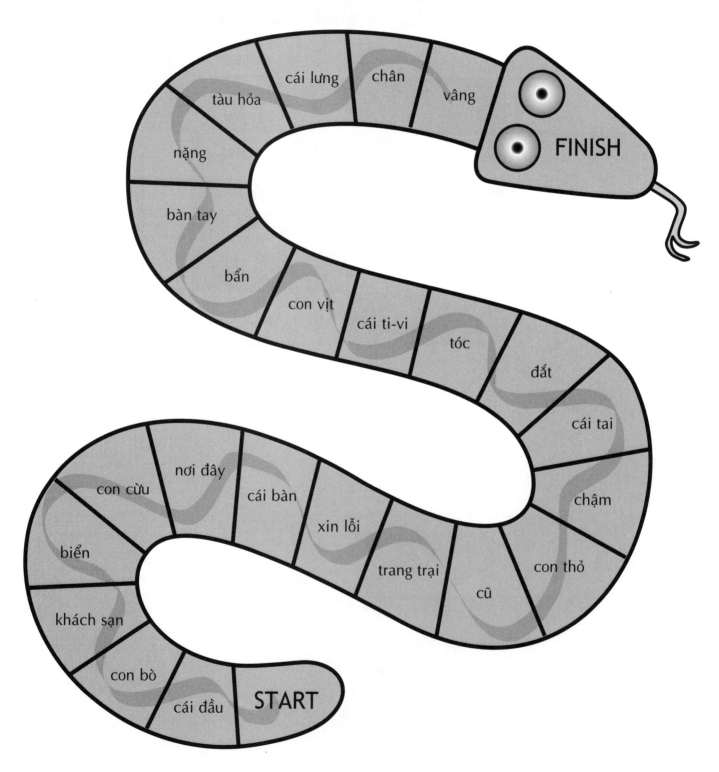

⊚ Answers

❶ AROUND THE HOME

Page 10 (top)
See page 9 for correct picture.

Page 10 (bottom)

door	cửa ra vào
cupboard	cái tủ
stove	bếp lò
bed	cái giường
table	cái bàn
chair	ghế tựa
refrigerator	tủ lạnh
computer	máy vi tính

Page 11 (top)

ghế tựa	ghế sô pha
tủ lạnh	cái tủ
cửa sổ	cái ti-vi
bếp lò	máy vi tính
cửa ra vào	điện thoại

Page 11 (bottom)

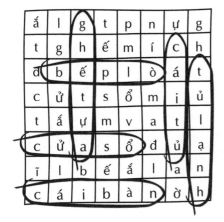

Page 12

Page 13
English word: window

❷ CLOTHES

Page 15 (top)

váy đầm	áo len
cái mũ	thắt lưng
áo sơ-mi	áo phông
quần soóc	cái váy

Page 15 (bottom)

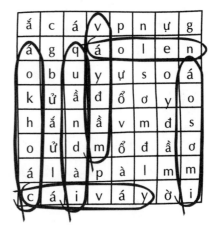

Page 16

hat	cái mũ	*kai moo-oo*
shoe	giày	*zay*
sock	bít tất	*beet tat*
shorts	quần soóc	*qu-un sorc*
t-shirt	áo phông	*ow fong*
belt	thắt lưng	*tat long*
coat	áo khoác	*ow quack*
pants	quần dài	*qu-un zai*

Page 17

cái mũ (hat)	2
áo khoác (coat)	0
thắt lưng (belt)	2
giày (shoe)	2 (1 pair)
quần dài (pants)	0
quần soóc (shorts)	2
váy đầm (dress)	1
bít tất (sock)	6 (3 pairs)
cái váy (skirt)	1
áo phông (t-shirt)	3
áo sơ-mi (shirt)	0
áo len (sweater)	1

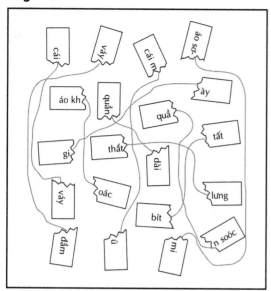

3 AROUND TOWN

Page 20 (top)

movie theater	rạp chiếu bóng
store	cửa hiệu
hotel	khách sạn
taxi	xe tắc-xi
car	xe con
train	tàu hỏa
school	trường học
house	cái nhà

Page 20 (bottom)

bicycle	4
taxi	7
house	2
train	6
restaurant	1
road	3
car	5

Page 21

trường học xe tắc-xi xe buýt

xe con tàu hỏa nhà hàng

khách sạn xe đạp

Page 22

English word: school

Page 23

xe	cái	áo
xe tắc-xi	cái bàn	áo phông
xe con	cái nhà	áo khoác
xe đạp	cái váy	áo sơ-mi
xe buýt	cái ti-vi	áo len

4 COUNTRYSIDE

Page 25

See page 24 for correct picture.

Page 26

cái cầu	✔	cánh đồng	✔
cái cây	✔	rừng	✔
sa mạc	✘	hồ nước	✘
quả đồi	✘	con sông	✔
quả núi	✔	hoa	✔
biển	✘	trang trại	✘

Page 27 (top)

sa mạc	hoa
rừng	con sông
cái cây	cái cầu
biển	quả đồi

Page 27 (bottom)

s	a	m	ạ	c	ừ	c	g
à	g	q	á	á	l	á	n
h	b	u	b	i	ể	n	á
o	ử	ả	đ	c	ơ	h	o
a	á	đ	ầ	ầ	m	đ	s
o	ử	ồ	m	u	đ	ồ	ơ
à	l	i	p	r	ừ	n	g
c	o	n	s	ô	n	g	i

Page 28

sea	biển	*bien*
lake	hồ nước	*ho nu-oc*
desert	sa mạc	*saa mac*
farm	trang trại	*chang chai*
flower	hoa	*hwa*
mountain	quả núi	*kwa noy*
river	con sông	*con song*
field	cánh đồng	*kang dong*

small	to
heavy	nhẹ
clean	bẩn
light	nặng
expensive	rẻ
inexpensive	đắt
fast	chậm

❺ OPPOSITES

Page 30

expensive	đắt
big	to
light	nhẹ
slow	chậm
clean	sạch
inexpensive	rẻ
dirty	bẩn
small	nhỏ
heavy	nặng
new	mới
fast	nhanh
old	cũ

Page 31

English word: change

Page 32

Odd one outs are those which are not opposites:

nặng
nhỏ
mới
bẩn
chậm
rẻ

Page 33

old	mới
big	nhỏ
new	cũ
slow	nhanh
dirty	sạch

❻ ANIMALS

Page 35

con bò	con thỏ	con cá
con cừu	con chó	con khỉ
con ngựa	con chuột	con mèo

Page 36

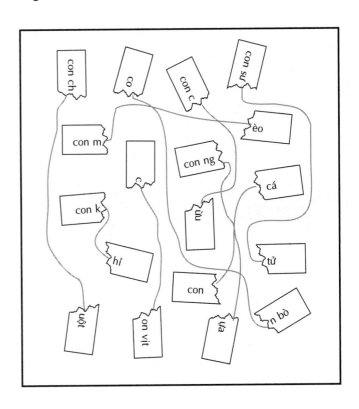

elephant	✔	mouse	✘
monkey	✘	cat	✔
sheep	✔	dog	✘
lion	✔	cow	✔
fish	✔	horse	✘
duck	✘	rabbit	✔

Page 38

monkey	con khỉ
cow	con bò
mouse	con chuột
dog	con chó
sheep	con cừu
fish	con cá
lion	con sư tử
elephant	con voi
cat	con mèo
duck	con vịt
rabbit	con thỏ
horse	con ngựa

❼ PARTS OF THE BODY

Page 40 (top)

See page 39 for correct picture.

Page 40 (bottom)

đ	a	m	a	c	h	â	n
à	b	q	á	á	l	á	n
c	à	t	b	i	ể	đ	á
á	n	ó	đ	m	ơ	h	o
i	t	c	á	i	t	a	i
m	a	ồ	m	ệ	đ	ồ	t
ũ	i	b	à	n	t	a	y
i	o	n	s	g	n	g	i

You should have also drawn pictures of:
leg; mouth; ear; nose; hand; hair

Page 41

cái	con	xe
cái mũi	con mắt	xe đạp
cái đầu	con chuột	xe tắc-xi
cái tai	con sông	xe buýt
cái bụng		
cái miệng		
cái lưng		

Page 42

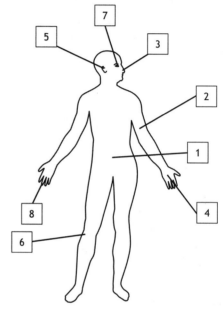

1	cái bụng	2	cánh tay
3	cái mũi	4	bàn tay
5	cái tai	6	chân
7	con mắt	8	ngón tay

Page 43

ear	cái tai	kai tie
hair	tóc	tok
hand	bàn tay	ban tay
stomach	cái bụng	kai boong
arm	cánh tay	cang tay
back	cái lưng	kai long
finger	ngón tay	ngon tay
leg	chân	chun

⑧ USEFUL EXPRESSIONS

Page 45 (top)

great!	tuyệt vời!
yes	vâng
yesterday	hôm qua
where?	ở đâu?
today	hôm nay
here	nơi đây
please	làm ơn
no	không

Page 45 (bottom)

bao nhiêu?	hôm nay
cảm ơn	tạm biệt
xin lỗi	tuyệt vời!
xin chào	đằng kia
ngày mai	bây giờ

Page 46

English word: please

Page 47

Page 48

yes	vâng	*vung*
hello	xin chào	*seen chow*
no	không	*khong*
sorry	xin lỗi	*seen loy*
please	làm ơn	*lam urn*
there	đằng kia	*dung kia*
thank you	cảm ơn	*cam urn*
tomorrow	ngày mai	*ngai my*

● ROUND-UP

Page 49

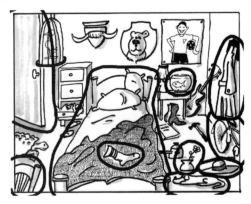

Page 50

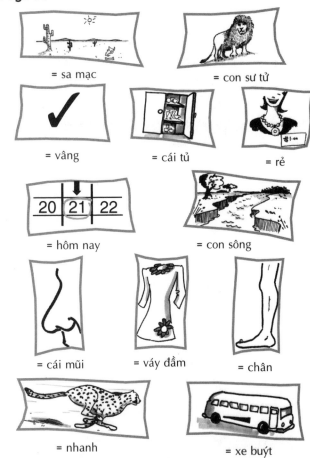

= sa mạc   = con sư tử

= vâng   = cái tủ   = rẻ

= hôm nay   = con sông

= cái mũi   = váy đầm   = chân

= nhanh   = xe buýt

Page 51

cái bàn (Because it isn't an animal.)

trang trại (Because it isn't an item of clothing.)

cánh đồng (Because it isn't connected with water.)

xe con (Because it isn't a descriptive word.)

con cá (Because it lives in water/doesn't have legs.)

ghế sô pha (Because it isn't a part of the body.)

xin chào (Because it isn't an expression of time.)

cái giường (Because you wouldn't find it in the kitchen.)

Page 52

Words that appear in the picture:

áo phông

xe con

hoa

giày

tàu hỏa

con khỉ

cái ti-vi

ghế tựa

thắt lưng

quần soóc

Page 53

sweater	áo len	*ow len*
lake	hồ nước	*ho nu-oc*
thank you	cảm ơn	*cam urn*
bed	cái giường	*kai zuerng*
house	cái nhà	*kai ny-ar*
forest	rừng	*zoong*
stove	bếp lò	*bep law*
heavy	nặng	*nung*

Page 54

English phrase: well done!

Page 55

cái váy	✘
quần dài	✔ (shade)
cửa ra vào	✔ (handle)
con mèo	✘
ghế tựa	✔ (back)
con cá	✔ (direction)
bít tất	✔ (pattern)
con chó	✘

Page 56

refrigerator	tủ lạnh
pants	quần dài
store	cửa hiệu
school	trường học
river	con sông
great!	tuyệt vời!
small	nhỏ
light	nhẹ
arm	cánh tay
stomach	cái bụng
clean	sạch
horse	con ngựa

Page 57

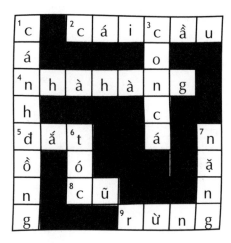

Page 58

Here are the English equivalents of the word, in order from START to FINISH:

head	cái đầu	ear	cái tai
cow	con bò	expensive	đắt
hotel	khách sạn	hair	tóc
sea	biển	television	cái ti-vi
sheep	con cừu	duck	con vịt
here	nơi đây	dirty	bẩn
table	cái bàn	hand	bàn tay
sorry	xin lỗi	heavy	nặng
farm	trang trại	train	tàu hỏa
old	cũ	back	cái lưng
rabbit	con thỏ	leg	chân
slow	chậm	yes	vâng

máy vi tính	cửa sổ
cái bàn	cái tủ
tủ lạnh	ghế tựa
ghế sô pha	bếp lò
cửa ra vào	cái giường
điện thoại	cái ti-vi

window	computer
cupboard	table
chair	refrigerator
stove	sofa
bed	door
television	telephone

thắt lưng	áo khoác
cái váy	cái mũ
áo phông	giày
áo len	áo sơ-mi
quần soóc	bít tất
quần dài	váy đầm

coat	belt
hat	skirt
shoe	T-shirt
shirt	sweater
sock	shorts
dress	pants

trường học	xe con
con đường	rạp chiếu bóng
khách sạn	cửa hiệu
xe tắc-xi	xe đạp
nhà hàng	xe buýt
tàu hỏa	cái nhà

car	school
movie theater	road
store	hotel
bicycle	taxi
bus	restaurant
house	train

hồ nước	rừng
quả đồi	biển
quả núi	cái cây
sa mạc	hoa
cái cầu	con sông
trang trại	cánh đồng

forest	lake
sea	hill
tree	mountain
flower	desert
river	bridge
field	farm

nặng	nhẹ
to	nhỏ
cũ	mới
nhanh	chậm
sạch	bẩn
rẻ	đắt

light

heavy

small

big

new

old

slow

fast

dirty

clean

expensive

inexpensive

con vịt	con mèo
con chuột	con bò
con thỏ	con chó
con ngựa	con khỉ
con sư tử	con cá
con voi	con cừu

cat

duck

cow

mouse

dog

rabbit

monkey

horse

fish

lion

sheep

elephant

cánh tay	ngón tay
cái đầu	cái miệng
cái tai	chân
bàn tay	cái bụng
con mắt	tóc
cái mũi	cái lưng

finger	arm
mouth	head
leg	ear
stomach	hand
hair	eye
back	nose

làm ơn	cảm ơn
vâng	không
xin chào	tạm biệt
hôm qua	hôm nay
ngày mai	ở đâu?
nơi đây	đằng kia
xin lỗi	bao nhiêu?
tuyệt vời!	bây giờ

thank you	please
no	yes
goodbye	hello
today	yesterday
where?	tomorrow
there	here
how much?	sorry!
now	great!